कविता दोघांची...

शुभदा सुरेश नाईक
सुरेश वसंत नाईक

मेहता पब्लिशिंग हाऊस

✆ +91 020-24476924 / 24460313 / Mob. No. 9545000513

Email : production@mehtapublishinghouse.com

Website : www.mehtapublishinghouse.com

KAVITA DOGHANCHI by SHUBHADA NAIK & SURESH NAIK

कविता दोघांची... : शुभदा सुरेश नाईक / कवितासंग्रह

शुभदा सुरेश नाईक

Email : author@mehtapublishinghouse.com

प्रकाशक : सुनील अनिल मेहता, मेहता पब्लिशिंग हाऊस,
१९४१, सदाशिव पेठ, माडीवाले कॉलनी, पुणे ४११०३०.

मुद्रक : ट्रिनिटी अॅकॅडमी फॉर कॉर्पोरेट ट्रेनिंग लिमिटेड

मुखपृष्ठ : चंद्रमोहन कुलकर्णी

प्रकाशनकाल : ४ नोव्हेंबर, २०१३ / पुनर्मुद्रण : जून, २०१५

किंमत : ₹ ९०

P Book ISBN 9788184985191

आमचे माता-पिता, गुरुजनांचे स्मृतीस –

प्रस्तावना

एकवेळ कविता लिहिणं सोपं, पण प्रस्तावना लिहिणं अवघड असतं. जेव्हा या कविता सुचत असताना किंवा त्या कागदावर उतरवत असताना एक प्रकारचा आंतरिक आनंद अनुभवायला येत होता. हाच आनंद कविता वाचून दाखवताना ऐकणाऱ्यावर परावर्तित झालेलाही पाहावयाला मिळत होता. यातील काही कवितांना बक्षिसेही मिळाली असून, नाशिक येथे कविमंडळात झालेल्या कविता-वाचनाला रसिकांनी चांगलीच दाद दिली होती. तसेच गुरुजनांनीही आशीर्वाद दिले.

इतके दिवस या कविता इतस्ततः विखुरलेल्या होत्या. त्यांचे एकत्रीकरण केले नव्हते. यातील बऱ्याचशा कविता सौ. शुभदा पूर्वाश्रमीची रजनी कोठूरकर हिने शाळा-कॉलेजमध्ये असताना लिहिल्या होत्या. तिचे वडील कवी डॉ. द. कृ. कोठूरकर यांच्यामुळे कवितेची आवड तिच्यामध्ये निर्माण झाली असावी. आणि हा तिचा वारसा तिची अमेरिकेतील नात कु. स्नेहा हिने इंग्रजीत कविता करून चालविला आहे.

या सर्वच कविता वेगवेगळ्या ठिकाणांहून एकत्र करण्याचे काम आमची अमेरिकेतील कन्या सौ. मानसी व दुसरी कन्या सौ. सुजाता तसेच तिची मुले पूर्वा व रोहन यांनी केले. आमचा पुत्र सुमुख, स्नुषा सौ. अमृता या सर्वांच्या उत्साहामुळे या कविता प्रकाशकांकडे जाऊ शकल्या.

मेहता पिता-पुत्रांनी, तसेच तिथे काम करणाऱ्या राजश्री देशमुख यांच्या सहकार्यामुळेच या कविता प्रसिद्ध होत आहेत.

या सर्वांचेच आम्ही ऋणी आहोत!

– सुरेश वसंत नाईक

शुभदा नाईक

शब्द शब्द जपूनी ठेव!

शब्द, शब्द जपूनी ठेव, बकुळीच्या फुलापरी ॥ धृ ॥
सर्वांसह जायचेच एकल्या तुला जरी, प्रगतीच्या पथावरी,
बालांचा आधार अन् मित्रांचे शुभचिंतन,
थोरांचे आशीर्वच हीच शिदोरी न्यारी ॥ शब्द, शब्द....

दुःख दुज्याचे घेई,
आनंद तया देई,
गंमत-मेळ्यात जगी देव-घेव बाजारी ॥ शब्द, शब्द....

सुरवंटी शल्ये ही,
ध्येय-कोषी विरतील ही,
दिव्य तुझा पंख-ध्यास देईल जीवन माधुरी ॥ शब्द, शब्द....

ताल-सूर ना त्यांना,
बांधियले नात्यांना,
जरी मळले शब्द शुष्क, विमल सुवासासी धरी ॥ शब्द, शब्द....

असशील जरी एकाकी,
विश्वासे पद टाकी,
सर्वांना न्यायचे पुढती तुला खरोखरी ॥ शब्द, शब्द....

सर्वांचा मातपिता,
तो विश्वेश्वर असता,
स्मरत सांगू क्षणोक्षणी तूच आम्हा मदत करी ॥ शब्द, शब्द....

खिडकीतून बघताना...

खिडकीतून...! सुप्रभाती राव्यांचे अमित थवे ।
बालरविस रमवाया दाखविती खेळ नवे ॥१॥

खिडकीतून...! 'बोगन'वर सुगरिणीचे घर हिरवे ।
रसिक कशी! नवलतुरा झुलवुनी वेलण मिरवे ॥२॥

खिडकीतून...! संतत-गत ओढ्याची झुळझुळती ।
साथीला वायुलहर शिंदीतून सळसळती ॥३॥

दूरातून जवळ-जवळ काँक्रिटचे जंगल ये ।
जवळील जरी दुर्लक्षित, हिरवाई संपू नये ॥४॥

खिडकीतून...! प्राचीस जंव पर्वती-देऊळ दिसे ।
त्याही पैल, शिव-शाश्वत सुंदर काही विकसे ॥५॥

म्हणूनच जरी नजर अधू, तिला सदा मी जपते ।
पुन्हा-पुन्हा वरचेवर खिडकीतून मी बघते ॥६॥

हिरवा शुभ्र सुगंधी शेला !

ज्याच्या त्याच्या 'रुटिन'मध्ये पुरे आम्ही अटकलो,
एके दिवशी दुपार सुट्टी, सहजच की सटकलो ।
फर्मास चहा, थर्मासमध्ये गरम-गरम भरला,
भरपूर घरगुती खाणे घेऊन निघालो सहलीला ।
मेघ सावळे, निळीच शिखरे, सुळके, दुधी प्रपात,
सुखावलो मग असंख्य हिरव्या छटा पहात-पहात ।
मार्गामध्ये उपवनी चाफा गंध उधळणारा,
तळींच्या कवळ्या लूस तृणांवर फुले जडविणारा ।
सारी सृष्टी श्रावणसरींतून तृप्त – विलसणारी,
तने-मने अमुचीही त्यातून, मुक्त – विहरणारी ।
मार्गाजवळून नदी छोटीशी ! खळखळ स्वच्छ प्रवाह,
अमुच्यापरी रसिक कितीतरी, उद्‌गारित की वाह ।
मान-प्रतिष्ठा-वयही विसरून प्रवाही त्या डुंबलो,
वारा-प्याल्या वासरापरी यथेच्छ हुंदडलो ।
काही गुराखी, बैलही काही पाण्यावर आले,
क्षणभर पाणी पिऊन सुखावून निमूटपणे गेले ।
किती सहज ती गुरे, गुराखी घरास की परतती,
अमुच्या ओढाळ मनाला जणू की, सहजच समजाविती ।
सगळ्यांना ते फार भावले निसर्ग माहेर,
'रुटिन-सासरी' ल्यालो आनंदाचा आहेर।
फुलदाण्यांतून डोकविणारी ताजी अजून फुले,
हिरवा शुभ्र सुगंधी शेला, मन हे सजून झुले ।
मन हे सजून झुले ।

तू, मी अन् सागर!

माडांच्या दाटीतून वळणारी वाट हवी,
भेटाया उत्सुकली भरतीची लाट हवी ।

पदचिन्हे वाळूने खोल हृदयी धरलेली,
शिंपाची, शंखांची त्यावरती नक्षी हवी ।

शीतलसा वात हवा, त्यांत मिश्र गंध हवा,
गगनातून गमणारा पक्ष्यांचा एक थवा ।

पाण्याचा पायाशी शिवण्याचा खेळ नवा,
गाणाऱ्या पक्ष्यांचा सूर-ताली मेळ हवा ।

डोळ्यांतुनी कळणारा शब्दाविण अर्थ हवा,
जन्माची सोबत, तरी हात तुझा हाती हवा ।

मिलनोत्सुक मासोळी लाजुनिया काय बघे,
आपणांस पाहून ती सांगण्या सख्यास निघे ।

थोडीशी रिमझिम, पण छत्री तरी उघडावी,
धुंद धुके भोवताली, हातांची मिठी व्हावी ।

क्षितिजावर रंगांचा खेळ जरा फिकट हवा
सारे सुख भोगण्यास तूच जरा निकट हवा ।

हे चांदणं-शिंपण

श्रम सार्थक! हर्षे पाहुनिया सुमुहूर्त,
सह-कुटुंब आम्ही आलो नव वास्तूत ।।
शहाण्या, समंजस लेकी-मुलां-सुनांनी
किती कौतुके अमुची रूम दिली सजवोनी ।।
लाडकी 'शारदा' विराजमान झाली,
देऊळच गमले घर सर्वां त्या काळी ।।
ती मूर्ती नव्हती, खरीच शारदा होती,
सर्वांच्या प्रेमे तिच्यांत प्राण ज्योती ।।
हे नवल वर्तले कोजागिरीच्या राती,
धन्य-धन्य होती, मम डोळ्यांची पाती ।।
घर-भिंती भेदून कोमल शशिकिरणे ती,
शारदीय मूर्तीतून जगी विखरत येती ।।
अवकळा माजल्या मानव-जीवन-क्षेत्री,
रसतळीच नेती, कोण अभय कर देती ।।
पण माझ्या घरची लक्ष्मी शारदेसहित,
जग इवले उजळीत होती, जागवित रात ।।
गणपती, नारायण, शिवदत्तही अवतरले,
श्रमले, तरी शीतल, शरदी शांत वावरले ।।
बाहेर झगमगीत रास रंगला होता,
कामांची रासच घरी अन् जो तो झाला कर्ता ।।
थकले तरी पुलकित, सारे जागत होते,
तनू भारवलेल्या, तरी मन भरले होते ।।
जाग-नीज-स्वप्न न, चांदणलेल्या सूर्या,
कोजागिरी-जागर? ही तर आहे तूर्या ।
हे चांदण-शिंपण, शब्दी गुंफण गाठी,
उत्फुल्ल सुहृज्जन! घ्या-घ्या तुमच्यासाठी ।

ज्योत जळे!

ज्योत जळे! त्या तेजे जीवन उजळे! ॥ धृ ॥

ज्योत जळे ही देव्हाऱ्यांत । देऊळी-राऊळी, घर-दारात
ज्योत जळे आकाश दिव्यांत । ज्योती उजळती आकाशात
वाटेवरती, ओटीवरती । खाटेवरती, हाटांमधुनी,
कांतारातील काजव्यातुनी । सागरवरील लाटांमधुनी
ज्योत जळे । त्या तेजे जीवन उजळे ॥१॥

नव-जाताच्या ॠतू हास्यांत । नव-वधूच्या हिरव्या लास्यांत
धर्म-रक्त-अश्रू-स्रोतांत । नव-युव-तेजस्वी नेत्रांत ।
गरिबाघरी लागण दिवल्यांत । ऐस-पैस दिवाण-खान्यात ।
ज्योत जळे ही 'शताऽयुषात' । ज्योत जळे ही 'दहा दिसांत' ।
ज्योत जळे । त्या तेजे जीवन उजळे ॥२॥

राष्ट्र रक्षिण्या ज्यां बलिदान । नभी तयांचे अढळस्थान ।
उजळती इवले जग भोवती । भेद तयांत मुळीच नाही ।
भाव-भक्तिचा रंग हिचा । प्रज्ञानांचे तेज हिचे ।
चलित, संथ वा हीच असे । कर्तृ-कर्मही जगताचे
ज्योत जळे । त्या तेजे जीवन उजळे ॥३॥

दृष्टी पलीकडील तेजाला । पाहतसे ज्यांचा डोळा,
असल्या श्रद्धांपलीकडला । अर्थ तयांसच आकळिला ।
श्रद्धातित 'शिव' 'सोऽहम्' ही । सत्य इथे सुंदर पाही ।
चैतन्याची नित ग्वाही । तेथे-तेथे एकच ही,
ज्योत जळे । त्या तेजे जीवन उजळे ॥४॥

उंच आकाशी उडताना !

उंच आकाशी उडताना । गरुड घेतात आकाश कवेत,
आणि नराचा नारायण होता । त्रिलोकी नेतात वाहून हवेत !

उंच आकाशी उडताना । पूर्ण ताब्यात पंख न् पाय,
म्हातारा गरुड म्हणूनच की काय । पंख मिटून मरून जाय ।।

खूप-खूप माणसं असतात । ध्येयाऽकाशी उडणारी,
वृद्धपणी गलित गात्र! । मरणासाठी रडणारी ।।

उंच आकाशी उडताना । पलीकडे आकाशाच्या
'देव आहे' जाणिव-वाटा । मरणान्ति विकासाच्या ।।

उंच आकाशी उडताना । दोन पंख हवेतच,
सूक्ष्म नजर जर देवावर । जीवन-मरण ठरतात वर ! ।।

माझी मुलगी

मखमालिशा गाली खळी देवे खोवलेली,
झिलमिल बालगीत केश-पापणी ल्यालेली ॥

टपोरे नितळ डोळे, खट्याळसा भाव,
गहन प्रश्न घेती कधी मनो-बुद्धी-ठाव ॥

दूध-शुभ्र दंत आणि कुरळी कुन्तले,
तरळून चित्त माझे त्यांत की गुंतले ॥

गोकुळी श्रीरंग, तसा तजेलसा रंग,
यमुना-तरंग, तसे लवते हे अंग ॥

पानी नाग-चाफा, लपे अपरी नासिका
उडविता इंद्राणीचा तोरा पडे फिका ॥

बाबांशी तो गट्टी ऐसी, जसा त्यांचा बॉस,
दांडगाईची अंगाई, दामटुनी त्यांस ॥

थट्टेत 'ते' सांगती मला, 'शहाणी माझी बाळी!'
झोप येता, महाकाली शांतादुर्गा झाली ॥

आज पाहिली प्रभात-फेरी

आज पाहिली प्रभात-फेरी!
आणि अचानक गर्जत उठली की, जणू मनीच्या नभांत भेरी!

नावही ज्याचे कुणा न माहीत
गाव असा चिमुकला अमुचा
गिरिजन विद्यार्जना येत इथं
साद हाच त्या बालचमूचा
पाखर-गाणी, साखर-वाणी
एक होत घेतात लकेरी
आज पाहिली प्रभात-फेरी!

इवलाले ते जीव कोवळे
सान एक कुणी चोळत डोळे
इवलाली तुडविती पावले
पावसातले रस्ते ओले
इवलाल्या दिवट्या पाजळुनी
उजळिती वाट तरी अंधेरी
आज पाहिली प्रभात-फेरी!

कधी नव्हतं त्या आज परजल्या
गमल्या, बिजलीमधी समशेरी
आक्रमणाच्या कृष्णघनांतून
जणू दिसो ये कडा रुपेरी
घटका भरता पुरी, प्राचीवर
दिसेल द्युती फिरून सोनेरी
आज पाहिली प्रभात-फेरी!

प्रभात-फेरी! जाशी सरूनी
गुरफटेन मी मम संसारी
पुरेल तरीही मला हरदिनी
जादूफेरीली उदय-भरारी
प्रभात-फेरी अशी पहाया
जन्म लाभू दे जन्मावेरी
आज पाहिली प्रभात-फेरी ।
आज पाहिली प्रभात-फेरी ।।

लक्ष्मण रेषा!

ते अथांग जीवन पुढे उसळले होते। मी किनाऱ्यावरी निश्चल बसले होते।
मज-पुढे शिवाचे तांडव गर्जत होते। पण मनी पाव्याचे मार्दव गुंजत होते।।
त्या निळ्या-पारव्या जळी गलबते डुलती,
की जाति लतेवर धवल फुले ही फुलती!
त्यातील पुष्प भिरभिरत किनारी आले
अन् मधू ठिबकावा, तसे कुणी अवतरले!
लहरीसम ज्याच्या बटा कपाळी रुळती,
हास्यांतुनी ज्याच्या मोती अमित उधळती
तो युवा सावळा वरुणराज मज गमला,
संकोचे मुग्धच आमंत्रियले त्याला
पण तोच मजपुढे अवखळ गतीने आला
उत्साहे बडबडबत अखेरी वदला –
घेऊन पाठीशी अनुभव हीच शिदोरी
ह्या महासागरी करित नित्य मी सफरी ।।
त्या बोल –फुलांतून कशी अबोली फुलली
लाजरी अखेरी रंगत नेत्री खुलली
समजता मज मला गूढ काहीसे सारे,
निर्भर जणू मनीच्या शिडांत भरले वारे
त्या हर्षवायूच्या गतीने बंधच सुटले,
टाचेवर घेता गिरकी, वर्तुळ उठले
गुंगीतच भ्रमले गोल-गोल मी राणी ।।
हळू चढे प्रीतीचे इतुके-इतुके पाणी
आकंठ अशी गुदमरता कुजबुज कानी,
लाडकी जयाची पडता मी ये भानी
"तव नौका येथे कुठे दिसेना राणी?
हे बाहत नाही, तुला गडे का पाणी?"
"गत-युगी राधिका गोकुळी मी, मज स्मरते,
अजुनी यमुना जळ हकलशी नि भरते !

ही नौका गळकी, काया तीहून दुबळी,
सांगा ना, कैसी लोटू या खोल जळी?''
''येतेस सवे माझिया, सागरावरती?
बघ जरा मौज, जव येत जीवना भरती!
हे रौद्र रुपाचे कवच बाजूला करूनी
वेचू चल रत्ने मौक्तिक मग भरभरूनी''
''तो रत्नमहल, उद्यान जादूचे तेथे
त्या मत्स्य कन्यका करतील चेटुक नित्य
मत्स्य, कच्छ, वादळ, हिमनग, वडवानल ते....
छे! नकोच बाई! साहस असले भलते!!!''
निर्देशून पायी वर्तुळ ते, जे उठले,
''ही लक्ष्मण-रेषा गडे,'' असे मी म्हटले
''लक्ष्मण-रेषा? छे! केंद्र अहंकाराचे,
खिळलीस त्यावरी पुरी! ऐक हे साचे''
संवाद असा वादातच गुंतत जाता,
मी पुरे जाणले तुटले नाते आता,
''ही तयार माझी तरी, झडकरी बोल,
होशील का मम सहचरी, प्रवासी लोल?''
निर्वाणी ऐकून तयार एकट्या पायी
पण पद दुसरे ते परिघ सोडीना काही!
मग किंचित हसुनी, रुसुनी तसे, तो वदला,
''ती तलम निळी रेषाही न बांधित मजला!''
डौलात असा तो क्षितिजाही पुढे जाता,
जणू क्षितीजच बनते, लक्ष्मण-रेषा आता!

बहाणा!

तुझिया स्मृतींचा आषाढघन
झाकळतो माझे भेगाळ मन
नवल किती । लगेच फुलती
अंगांगावरती । ताटवे काट्यांचे
तशी मी निघते, आईला सांगते, आजकाल गडे थंडीच पडते!
तुझिया स्मृतींच्या दिवलीवरी,
टक लाविते सानुल्यापरी
अजाण आंसू हटती न तसू, कशी बाई पुसू, न दिसू देता,
समोर खोलते, पुस्तक उलटे, म्हणते – भारीच वाचन घडते!
स्मृतींची कापरी किनरी ओवी,
जागृतींचा लाल फुलता रवी
घरघरूनी, थरथरूनी, दहिवरावाणी विरते गळ्यांत
हुंदका गिळीते, बाबांना छळीते, आज का सर्दीने घशात जळते?
आज का सर्दीने घशात जळते?

या मंगल संध्यासमयी!

या मंगल संध्यासमयी। जरी नाते आपुले सजते,
हे समजून सारे काही। मज काहीही न उमजते ।।

सरितेची सन्मुख तीरे ।
बिलगती वाहत्या नीरे।
हा अमर्याद संकोच पसरूनी, अधिकची दूर करी रे।
या मंगल संध्यासमयी ।।

अन् धुके गभिर, घननील
दाटता कुशंकातील,
कोरिते तयातच, अंधूक लेणी, जी न कधी ढळतील,
या मंगल संध्यासमयी ।।

पैलतीरी उपवन बहरे,
वालुका ऐलतीरी पसरे,
वाळूतील भोळ्या भाव शिवा स्तव, यावे बकुल समीरे,
या मंगल संध्यासमयी ।।

अशा निराळ्या वेळी !

बरळत होता मेघ बावळा,
तरळत होती नागिण बिजली,
डहुळत होते तळे जांभळे,
हुरळत होती भुई लालडी,
भुरळत होता कळकी वारा,
खिदळत होत्या कुरळ्या वेली
अशा निराळ्या वेळी
मरगळ सरली भ्रांतीची
मी परिमळ उरले मातीची !
मी परिमळ उरले मातीची !!

असाच येतो एक दीस

असाच येतो एक दीस,
उगाच होते कासावीस

खिन्न मनाऽ काशी,
सुन्नशी उदासी
छिन्न भावराशी,
सावळती सांध्य मेघापरीस,
असाच येतो एक दीस

झांझरल्या छाया,
रंजल्या-गंजल्या
देह लोहाला या
सोनवील काय कुणी परीस?

मांडव मिठी!

आण तुला जाण पुन्हा, माझिया मना सजणा ॥ धृ ॥

समज जरी, कलह तुजसी करिते मी,
उमज खरे, शरण! चरण धरिते मी,
रणी-प्रणयी, नय-निठुरा! क्षम्य कधी न काय गुन्हा?
– माझिया मना सजणा!

झाकळले वळिव गगनी सांद्र धनी,
सांकळती सुगंध स्फुरित आम्रवनी,
अवघडली द्राक्षलता मांडव मिठी सावरण्या!
– माझिया मना सजणा ॥

योग आणि सुयोग !

एक होता योग, जेव्हा मुक्त होती आसवे,
पाहिलेली वाट तुझी वाहली की ज्यासवे !

परि अचानक मौक्तिकी त्या बिंबला जो चित्कण,
हिंपुटी मुक्ते चमत्करतीच संपुट लिंपून!

सलिल चंचल लीलया ते थांबले अन् गाठुनी
त्रिभुवने आता राहती नेत्रशक्ती दाटुनी !

हा प्रवास निवास हो, सहवास तव मनी लाभला,
वाट लहरी! फिरून मिळते मज, सुयोगच साधला!

पाठलाग!

सप्तपदीत जी टिपली पद-पद्मे,
गंध खुणा धुंडित मी शतजन्मे ॥

स्मरणांतच भ्रमणारी कधी काळीची तरुणी,
श्रमण्यातच रमणारी, सजुं धजते मी गृहिणी ।

सत्य-शोधनात नित्य दत्त-चित्त
इवल्या अभ्यासिकेत आसनस्थ ।

विश्व-चरित तरी तव गती, अनुगमी मम भ्रमण थके
गृह-घनांत घुमणारे आक्रंदन होई मुके ॥

खुणव जरा, बांधू दे पुण्य खुणगाठीशी
आणि मला राहू दे, नित्य तुझ्या पाठीशी ॥
नित्य तुझ्या पाठीशी ॥

तव प्रिया –!

प्रिय असेल जरी तुज, मजहून मजवरी रुसवा,
तो रुसवा होऊन घुमविन पारव-कुसवा ।

प्रिय असेल जरी तुज मजहून मजवरी माया,
ती माया होऊन, फिरेन जशी तव छाया ।

प्रिय असेल जरी तुज, मजहून मजला शिक्षा,
ती शिक्षा भोगून, जिरवीन माझा नक्षा ।

प्रिय असेल जरी तुज, मजहून मजसी खेळ,
तो खेळच होऊन, साधीन तुजसी मेळ ।

प्रिय असेल जरी तुज, मजहून मजसी विरोध,
तो विरोध भजूनी, जाणीन अंतिम बोध ।

प्रिय असेल जरी तुज, मजहून मजवरी प्रेम,
ते प्रेमच व्हाया सोडीन स्वभाव धर्म ।

प्रिय असेल जरी तुज, मजहून मजविषयी जे,
ते सर्वच होईन, खरी प्रिया मज कीजे ।

तव तन-मन-भानामधी विरूनी ही गेल्ये,
अन् कळले, तू-मी अंतर ना उरलेले,

पण... पण भान विसरूनी, कधी बनसी नि:संग,
बेभान तव प्रिया! कशी शोधू तुज सांग ।

अजिंठा

उत्तुंग भूभाग हो कंकणाकार, भिंती जणू बांधिल्या भोवती,
राजी विराजे हरिन्नील वर्णी, जडावावरी रंगकारी किती!
स्तंभ: शिखी अंबरी-डंबरी, झुंबरे लविली या छताला कुणी?
यातील एके गिरी चंद्रकोरी, सभा साजते भव्य लेण्यांतुनी ॥

नादे प्रपातांत तारा जलांच्या जणू छेडुनी मंद वीणास्वर,
हासे मधे शारदा-नीरदा, वा वदे दिव्य आशीर्वचा-गंभीर,
तेहतीस कोटी कशा देवता शोभती भिन्न-भावा-गुणाऽलंकृत
येथे जसा स्वर्ग-प्रासाद साचा निसर्गास वासावया स्वकृत ॥

ना बाळगीता तमा की तमांची उभी गौतमी बुद्ध-सृष्टी इथे,
वर्षानुवर्षे, शते लोटली, आटले ना कधी शिल्प-सारस्वत,
विस्तारले विश्व मोडे, घडे कैकदा, लोक हा की असे शाश्वत ॥

तो गलबला, तलखली ती जगाची, नव्या या जगाचे किती दूत की,
येती इथे सत्य शोधावया, ऐतिहासिक आवृत्ती या नित्य की,
आला प्रवासी-जथा एक हो येथे, या घेऊनी वेगळाल्या धृती,
व्यक्ती तशा प्रकृती, पाहती होऊनी एक, एकेक त्या आकृती ॥

येथे उभारूनी दोन्ही परांना किती हंस! त्या हंसगामी कुणी!
येथे अडे खिन्न मातंग का? बालराजा कसा! का उभी भिक्षुणी?
ही कृष्ण राणी इथे पद्मपाणी, तिच्या, पुष्प का म्लान हातातले?
हे बौद्ध भिक्षू किती ठेंगणे! बुद्ध हे विश्वरूपेच का दाविले?

भूषा कशी! केशभूषा किती! वेष नाना! रिती-पूर्ण ही संस्कृती,
रेषा गतिमान, रंग स्थितिमान जिवंत या हाव-भावाकृती!
प्रश्नोत्तरे मांडिता-धुंडिता दंगले रंग-रेषांत रूपांतुनी,
सर्वांस वाटे पुढे व्यर्थ काढावया अर्थ काही समर्थातुनी ॥

निर्देशिण्या हस्त कोणी पुढारी तो, बघती मान मोडूनी ते थांबले,
ओठी कुण्या अंगुली तैशिची! राहती नेत्र तैसेच विस्फारले!
हो मंद की बंद हस्पंद सारे, कला-कौशिली देखूनी संपदा,
विस्मिनता पातली एक हो, विस्मरे अस्मिता व्यक्ती साऱ्या तदा ॥

ये शांतता मुक्त कोलाहलाला, आता मुग्ध उद्‌गारही भारले,
जे-जे अभिप्रेत, ते-ते अभिव्यक्त, ज्या त्या अभिप्रायी एकारले,
पाश्चात्त्य-पौर्वात्य, नारी-नरा, सान-थोरां, तसे शिष्य वा शिक्षका
विस्मिततेच्या पटी पाटवे की कुणी हो, चितारित त्या प्रेक्षका!

निस्तब्ध ही निस्तुला की कला आणि निस्तब्ध की कौतुके चेतन
कोणी कुणालागी आलोकिणे? नाही चैतन्य, प्रेक्षा आता होत ना!
छे! छे! सुरू हो खरी प्रेक्षणा! पाहती त्याच चैतन्य युक्ताऽकृती ॥
संदेश देई 'अजिंठा' स्फुरावीच देशी-विदेशी अशी संस्कृती!

माझी कविता आणि मी !

लिहिलेत सहज – ‘तव कविता अति प्रिय वाटे,’
अन् स्त्री-मनी मम किती सवती-मत्सर दाटे ॥

करू काय, हरवू तिज कसे, जिंकण्या ‘त्यांना’,
हे बरे न ‘याचे’ धरिती दोन्ही नात्यांना ॥

जर हवी मिळाया प्रीत परत नाथांची,
लगबगा लागू दे उपायी त्या आतांची ॥

हां! करीन सर्व तिजपरिस, तिच्याहून सरसे,
ह्या एक चिंतनी तन्मय मन मम तरसे ॥

अशी तन्मय होता, किती-किती धडपडले,
अन् हळूहळू नकळत नवल अहाहा घडले ॥

नित रित्या वंदिली तुळशी प्रात:काळी,
अन् मीच होई शुचि सरभीशी भूपाळी ॥

आजीच्या आगे-मागे मग अडमडले,
मी सिनेगीत जणू अल्लडशी बागडले ॥

सुस्नात होऊनी फुले खुडाया जाते,
परडीत निथळते भावगीत मम हाते ॥

इवलीच रवी, इवलासा डेरा हाती,
ये घुमे, तधी मी गौळण की ही भ्रांती ॥

हो सणासुदीचे भोजन, तांबुल रंगे,
मी ललित लावणी हटनटते हरिसंगे ॥

वाङ्‌युद्धी लढविते तात्त्विक समर शते मी,
आवेश चढत! रणगीता समरसते मी ॥

विमनस्क होऊनी कधी शून्यशी भ्रमते,
हो नव-कवितेची वीण, तीच मज गमते ॥

निशी भारवलेल्या नयनी आसव-झरणी,
अन् मीरेची मी बनते आर्त विराणी ॥

ही विविधरूपांची माया काया ल्याली,
कवितारूप मी, का मद्रूप कविता झाली?

संसारपटी मी, कविता कडी-कपाटी,
दोघीही विसरलो निजरूपा जग-हाटी ॥

वदलात, सहेतुक कुतुके अजी एकान्ती,
...ही कविता... नच गे कांता प्रिय सांगाती ॥

दोघीही अचानक पडता हाती... बुजले,
हुंगुनी भाली अन् गाली... कानी ते वदले,
"तुज – खुळे! खरे का मत्सरी दाटायाचे?
वद, तिला असे का मिठीत घेता येते?"

कृपा तुझी सदया

चंद्र हा न राहील, ना सूर्यही, नच तारे,
परि कृपा तुझी सदया, कधी न सरो बा रे ॥

सुख-शिखरी चढताना,
दुःखार्णवी बुडताना
तोल सावरे अमुचा कवण्या आधारे ?

यथार्थ जगुनी जीवन,
कृतार्थ तुजला वाहीन,
इत्यर्था भरशील ना निज स्वरूपाकारे?

चंद्र हा न राहील सूर्यही, नच तारे,
परि कृपा तुझी सदया कधी न सरो बा रे ।

असे माहेर!

रंगदार बंगली, विराजे तीवर मधुमालती,
स्वागता झुकत जरा खालती ।

अटकर केळी लटकती तिच्या कटिखांदी सोनुली,
सुवासिन सामोरी साजली ।।

ही बोगनवेली उंचावून कर-तुरा,
लडिवाळ घालवी संकोचच की पुरा,
ही रेती खुसुखुसु हासत पदतली मार्ग दाविते पुढे,
सुखावे !... तरी का पाऊल अडे?

जल-प्रलयी विलया गेले पहिले घर,
परि तीर्थरूपांचे उरले चारी कर ।।
आशीर्वच बरसे चौदिशांतुनी त्यातून उभवे नवे ।

असे माहेर मला हे हवे,
असे माहेर मला हे हवे ।।

पाळणा श्रीरामाचा

नीज रामा आता !

श्रांतले झुलविता । मंद-मंद पाळणा,
नीज रामा आता । थांबवी खेळ ना ।। धृ ।।

बारशाच्या दिनी । मुनिजनां मानुनी,
हळू वदले 'हे' कानी । खलू गमे प्रतिदिनी ।।
'राम' तव नाम रे । रमसी, रमविसी जनां,
नीज रामा आता । थांबवी खेळ ना ।।१।।

कधीच ते विसावले । बालमित्र बंधू की,
भरूनी नीट ठेविली । खेळणी 'संदुकी' ।।
रत्नदीप तेवतो एक । ही अवेळ ना ।
नीज रामा आता । थांबवी खेळ ना ।।२।।

ग्रीष्म ऋतूच्या झळा । कोमलांगी झोंबल्या,
म्हणूनी घातला तुला । पुष्पसाज आजला,
पायीची तोडलीस । सायली-माळ ना !
नीज रामा आता । थांबवी खेळ ना ।।३।।

पायीची अंगुली । चोखिसी का मुखी ?
तान्हुल्या, राहिली अजुनी अधुरी का भुकी ?
ये, तुला उचलुनी । दूध पाजिते पुन्हा,
नीज रामा आता । थांबवी खेळ ना ।।४।।

पदरी तुज झाकिले । पद तुझे गोजिरे,
सहज हाती घेतले । बाई काय हे बरे,
काय! घुसावे पदी। कुसुमांतून कुसळ ना,
तरीही हसत चालला । राघवा खेळ ना ।।५।।

सकळ येऊनी महिला । कुरवाळुनी चिमुकला
दिनभरीकी चुरळीला । नीळ-कमळीचा कळा ।
अजुनी चैन येई ना । करीन स्नेह मर्दना,
नीज रामा आता । थांबवी खेळ ना ॥६॥

जरी असती राणीचे । प्रौढ, निबर मम हात,
हळुवारही चोळुनिया । गात्रे का दुखतात?
हिंदोळा न्यावा का, अलगद त्या उपवना?
नीज रामा आता । थांबवी खेळ ना ॥७॥

दास-दासी जन सारे । राजगृह तैसे रे
दूर होत, येथ बरे । वन-वारे घन तारे ।
कौमुदी ही गौरी अन् शंकर प्रशांतपणा,
जोजवुनी सांगती । थांबवी खेळ ना ॥८॥

मिटती राती पद्मिनी । मिटत हळू पापणी
परिमल पसरे वनी । सुस्त तुझ्या निःश्वसनी ।
हवला ईश्वर भुलला । अंगाई गायना ।
तरीही झुलत राहिला । मंद-मंद पाळणा ।
तरीही झुलत राहिला । मंद-मंद पाळणा ॥९॥

पाळणा सीतेचा !

मैथिली गडे । जनक-नंदिनी सीते ।
नीज सुखे, गात मी गीते ।। धृ ।।

स्वर्गीयच की चित्शक्तीची बिजली,
भूमीत रिघोनी रुजली ।।
दानव-पीडिता त्रस्त प्रजेने भजिली,
मानवी रूपे मग सजली ।।

नव-जात जनां तू दिससी,
ती आदि-माय तू अससी,
तुज उचलुनिया, पाळण्यात जोजविते,
तव लळे मजच गुंगविते ।।१।।

एकेक तुझा हट पुरवीन लडिवाळी,
तू माझी राजस-बाळी,
परि मागू नको, चांदच तो आभाळी,
रामापरी तू कधी काळी !
बाई गं तुझी स्त्री-जाती
संसार तुझ्याच गं हाती !
गुलू गाल कसे फुगती, भुवई का चढते !
कशी मौज अशाने बढते ।।२।।

डावी मुठ का पुढती? धनुष जणू धरून,
दिठी-मुठीने शर-संधान!
हा काय गडे, चाळा सहजच करून,
दाविसी गूढ सुचवून?
हा आविर्भाव कुणाचा ?
हा धनुर्धरीच गुणाचा ।

तुज देईन हो, शिव-धनु खेळायाते,
भूषण आपुल्या वंशाते ।।३।।

उचलुनी धनु ते, लाविल दोर तयासी,
वर तोच जनक-तनयेसी !
'पण' करूनी असा, 'नर-वर' पारखण्यासाठी,
मांडू या स्वयंवर खाशी ।।४।।

मग दुज्यास तुज देवोनी,
मोकळे होऊ गं आम्ही !
कांचन मृगही, हटुनी माग तयाते !
पण आता उधळ तू स्मिते !

मैथिली गडे ! जनक-नंदिनी सीते,
निज सुखे, गात मी गीते ।।५।।

जाहली बदली!

जाहली बदली । ठेविले प्रस्थान,
खालसा संस्थान । घरकूल ।।
स्नेह्या-सोबत्यांशी किती भेटीगाठी,
हासू ओठी, पोटी तुटे काही ।।
शेजीबाई तूज किती केले गूज,
कोण ठेवी बूज नव्या गावा ।।
वर्षानुवर्षांचे माझे दासीदास,
झटती सेवेस अजूनही ।।
शोभेची, सोयीची गृहरचना ती,
सामानासरशी अस्ताव्यस्त ।।
पाहुण्यांची खोली सदाच सुसज्ज,
अडगळ आज माजे तेथे ।।
बाळ खेळण्याची चिमुकली खोली
भकास बसली आजी वाणी ।।
शेजघराचा हा विरंजला रंग ।
चिंतेने अनंग पेंगुळला ।।
स्वैंपाकघराला सदा सुप्रसन्न
आज अन्नपूर्णा रुसली का?
जेवणघरात खुर्च्या नि टेबल,
रिकामी मैफिल भरविती ।।
या देवघरात दिसा पूजा-थाट,
राती सांजवात दिसेल का?
पुढची पडवी देखणे देखावे,
पहाया सुखावे जीव नित्य ।।
पडतेच कोडे उभे की राहावे
स्वस्थ की बसावे आज तिथे ।।
भिंती-खुंट्यांवरी किती तसबिरी,
आभरणे सारी हिरावली ।।

डोळियांस आज दाटले मळभ,
पडवीशी थेंब शिडकावा ।।
खालसा संस्थान बंगल्याचे होई,
आहे बागशाही शाबूत की ।।
वृक्षवल्ली माझे सोयरे सज्जन,
तिष्ठती अजून माझ्यासाठी ।।
सूर्यफुलहारी विकल-वदना
ही मानवंदना देती मला ।।
सुकी-फिकी झाली, गर्द ही कर्दळ ।
बदली वर्दळ साहिना ती ।।
पारिजात माझा पारकाच झाला,
पाकळ्यांचा शेला भेटी दिला ।।
माझ्या सोनकळ्या जै लेकुरवाळ्या
सवाष्णी साजल्या निरोपाला ।।
गुलाब-मोगरा धरितात फेर,
'खुर्ची-मिर्ची' पर जाऊ कशी ?
तीन दिवसांचे रंग तेरड्यांचे
हे घर-वेड्यांचे वास्तव्यही ।।
अशी बागशाही शिकविते काही
बोल फुटू नये बाई आता ।।
उपवन माझे तपोवन झाले,
स्वयेची कण्वले विरक्तीने ।।
घरातच जावे ऐसीया विचारे,
फिरले माघारे बागेतुनी ।।
घर वावरते झाले आहे रिते,
घरपण त्यात आहे कुठे?
घरी-दारी हाय करमेना कोठे,
जीव हा कोंदाटे काहुरोनी ।।
सौधावरी जाऊ जग मोठे पाहू,
मोकळ्यात घेऊ श्वास जरा ।।

करूनी विचार चढुनी दादर,
उल्हासे नजर फेकी दूर ।।
ठाकला पसारा हिरवा हासरा,
गावचाच सारा माझ्या-माझ्या !
'माझ्या' गं कशाचे? कशाचे न काही,
गावचीच नाही राहिले मी ।।
गावले न काही शोधिले सौधांत,
भावली निवांत जाण नवी ।।
जाहली बदली खरी, नव्या गावा,
आता तरी नावा त्याच्या घ्यावे ।।
विवेके आपोआप घेतला निरोप,
मन चुपचाप शंकीतसे ।।
जाहली बदली देवाचिया गावा,
काय त्याचा ठावा नावाविण ।।

थेंबांची माळ!

सरता वैशाख, रणरण ऊन, पण भर दुपारी अंधारलं,
खरपूस भाजक्या भिंती नि अंगण, टपोऱ्या थेंबांनी गंधारलं ॥

गार-गार वारे, ढग काळे-काळे, आभाळात लखकन चमकले,
कामाने दमलेले सुनबाई-मुलगा, त्यांचेही डोळे चमकले ॥

नातवाला म्हणतात, 'आजीसोबत थांब हं!' दोघेही गच्चीवर पळत गेले,
'कशाला?' काय बाई विचारता उगाच! उगाच का पावसाळे इतके पाहिले ॥

दोघांत तिसरा काही वेळापुरता, हवा होता त्यांना फक्त पाऊस,
सांगून गेले, 'म्हातारी दळतेय, छळत्येय,' गच्चीत नको येऊस ॥

मी ही मनात मिष्किल हसून, नातवाला खिडकीशी उभं केलं,
पहिल्या पावसाचं नवल दाखवता, जुन्या स्मृतींनी शिंपण केलं ॥

वाहून गेला उदास धुरळा, बागेतलं पान-फूल तरारलं,
बोबड-बोलाचं कुतूहल शमवता प्रौढ मन माझं फुलारलं ॥

तारेवर ओघळत्या थेंबांची माळ, नातवाला सगळ्यात आवडली,
'हातांत देऽनाऽ' लाडिक हट्टानं आजी पुरती अवघडली ॥

दूरची जवळीक !

झुक-झुक गाडी वळण घेऊनी, सरळ निघे सोसाट्यांत,
सप्ऽऽसप् साडी फडकत खिडकीत तरळत गीते ओठांत ।
करपट मृतिमय खिन्नत्वाचे भाव निघाले खलू नवले,
स्थिरचर गतिमय चैतन्याचे रसरसले मी अनुभविले ।

ठुमकत, गिरकत तरुवर येती मिरवित आपुल्या बांध्यांना,
मुरकत अलगद सरकत जाती उधळित आपुल्या गंधांना ।
निर्झरिणी तर चपल-चारिणी लपकत पुलक फुलविताती,
थयथयुनी मज पुढूनी जाता काही न ओढ उरविताती ।

गिरीशिखरे ही दूर-दूरची स्थिर जणू धरूनी बकध्याना,
हळूहळू पण स्थानाहूनी ढळती नकळत फसवित नयनांना ।
लहर-लहरशा विहरत तारा वीजवाहिका दूरध्वनीच्या,
गुंजत निजछंदेच तरंगती गुजगोष्टी न कथिता मनीच्या ।

रंगपंचमी सांज संपली अंधारी लखलख तारा,
शुभ्र ढगांतुनी त्याही लपती खेळरंग तरी नभी सारा ।
पेंगुळलेली शिथिलच नगरे लखलख रोखूनी नजरांना,
बघती मला अन् पहुडती ओढुनी वत्सल शामल पदरांना ।

अस्थिर, निष्ठुर, काहुरात ना थांबत कुणी माझ्यासाठी,
अशांत शीतल चंदन-स्पर्शन सतत कोण करी लल्लाटी?
कळले हा तर चांदच माझा शत-योजन असूनी दूर,
पखरत स्पर्शफुले हिमरंगी भिजवित मज भरूनी पूर ।

दैव-गती आचरीत मजसवे मूर्ती तुझी हसरी येते,
या साऱ्यांतून जवळ मला रे चंद्रा दूरच तू तेथे ॥

एकदा एक पुदिना काडी...!

एकदा एक पुदिना काडी, मातीत लावली होती ।
मज्जाच ! साऱ्या बागभर तिची वाढ झाली किती ।।

पुन्हा म्हणून तसली वाढ कसलीच झाली नाही ।
पण काड्या खोचून वाढविण्याची हौस गेली नाही ।।

कोवळ्या पानफुटीवर छोट्या नातवाचंही लक्ष ।
आनंदाने टाळ्या ! आणि पाणी घालण्यात दक्ष ।।

चिऊ-कौ, बुलबुल, मैना, माऊ, भू-भू, बकऱ्या, घोडे,
नारळ, आंबा, चिक्कू, संत्री, दोस्तही सारी झाडे ।।

निसर्गाशी नाते त्याचे अस्सेच घट्ट राहो ।
मी नसले, तरी असली दोस्ती पुढील पिढ्यांना लाभो ।।

मला वाटते फूल बनावे!

मला वाटते, फूल बनावे,
नव्हे, नव्हे पण कमळापरी
कोवळे तरी शेवळलेले
दुरूनच इतरा हरखविणारे!

मला वाटते, फूल बनावे,
नव्हे, नव्हे पण गुलाबापरी
काटेरी, गुलहौशी, अत्तरी
दर्पित वारे दरवळणारे!

मला वाटते, फूल बनावे,
नव्हे, नव्हे पण प्राजक्तापरी
स्वर्गाच्या घरट्यांतच इवली
चोच खुपसुनी घुसमटणारे!

मला वाटते, फूल बनावे,
नव्हे, नव्हे पण मोगरीपरी
पिसे फुगवनी शुभ्र दुपारी
निज सौरभी छंदे रमणारे!

झेडू, शेवंती ढीगभरी
स्वस्त-मस्त पण ढीग ढिगांवरी
रांगोळ्यांना असतात बरी
फुलपण त्यांचे ते बाजारी!

मला वाटते, फूल बनावे,
नव्हे, नव्हे पण शिरीष भोळे
विरविरीत स्वप्नांचे जाळे
विणुनी क्षीण त्यांतच झुरणारे!

मला वाटते, फूल बनावे,
नव्हे, नव्हे आकाशमोगरा
हठयोगी! लटकावुनी शरीरा
अध:पतित अल्लड झुळकीने!

जाई-जुई? छे! बालिश ह्या तर,
कोरांटी? काटेरी, खडतर
चंपाकली? ठेवित ती दूरच,
निशिगंधा? फुलते रात्रीसच

फूल बनू? हांऽ! होईन तरी,
'स्टोव्ह'च्या सुबक मांडवावरी
फुलते ज्वाला वायुलतेवरी,
कृष्ण-कमळ त्या वेलीला मी,
यक्षिण-पंखां झुलवित नामी

पहाट होता कुटुंब अवघे असते पेंगत,
झंकारावे मग मी इंगित रंगीत-संगीत!
'उठा! पहा, अमृत-तुल्य जाहला चहा,
अमृत-तुल्य दरवळे चहा!
दरवळे चहा!!

राखी

राखी माझी साधीसुधी,
नाही कला की कुसर
भैया! बांधाया अगदी,
करू नये हं! कसूर

गळूनच जाते सारे,
बेगड नि कलाबूत
घट्ट रेशमाची गाठ,
हवे मनगट मजबूत

तोल

सांडावे कोण्या गहन रानांत सरितेपरी,
उमाळा अडता ।

हिंडावे कोण्या महान मनात किरातापरी,
जिव्हाळा जडता ।

गुंजावे कोण्या सुजाण कानांत स्वरलतेपरी,
नव्हाळी चढता ।

उठावे अशा उत्कट आशेत दिवसापरी,
उजाळा मिळता ।

दाटावे अशा विकट नशेत अवसेपरी,
काजळी ठळता ।

लोटावे अशा अचाट जोशात पावसापरी,
वादळे वळता ।

विसरू न कधी शालेय स्मृती !

काळाची अविरतच गती,
विसरू न कधी शालेय स्मृती ।।धृ।।

माउलीचे प्रेम जिये लाभे,
सखीजनही बहिणींपरी शोभे
सुहृद-वृंद भावापरी शोभे,
जिथे ध्येयच 'सर्वांगिण प्रगती'
विसरू न कधी शालेय स्मृती ।।१।।

नभी तारे, चंद्र, तसा भानू,
तोवरी शाळेचे ऋण मानू
सव्याज देऊ पावती हाती,
विसरू न कधी शालेय स्मृती ।।२।।

अंधाऱ्या वादळी या जगती
दीपदान शाळेचे हाती
ज्ञान-कर्म-भक्तीच्या ज्योती
सांभाळून उजळू नव-कीर्ती
विसरू न कधी शालेय स्मृती ।।३।।

डॅफोडिल्स

मेघासम मी विहरत होतो, गिरी-दरीतून एकाकी,
आणि अचानक दृष्टीस पडल्या सोनसळी त्या शेवंती!
सरोवरतिरी, वृक्षांखाली हसत-नाचत त्या डुलती,
झुळकीसरशी पुष्पे ती ताटव्यांत आनंदे झुलती!

स्वर्गंगेतील तारकांपरी अगणित पुष्पे चमचमती
अथांग जी पसरली होती, अंत तयांचा कुठे? किती?

शेजारी त्या पुष्पांच्या लहरीही नाचत होत्या,
पण शेवंती-पुष्पांचा थाट कसा 'कुछ औरही' था!
आनंदाच्या 'साथी'ची मज 'लागण' झाली, काय करू?
खुशी-खजिना हाती येता, मापे तरी मी किती भरू?

कधीही आरामात असा जेव्हा मग मी विसावतो
कधी 'शून्यसा', कधी 'विचारी' असा काहीसा मी रमतो,
अंतश्चक्षूंपुढती चमकती ताटवेच शेवंतीचे,
मग आनंदे हृदयही माझे भरूनी थुई-थुई की नाचे!

(कवी वर्डस्वर्थच्या 'डॅफोडिल्स' या सुप्रसिद्ध कवितेचा स्वैर अनुवाद.)

जीवनमयी कृष्ण

बाल-मुकुंद जलांत । वटपत्रावरी तरे,
जणू मातेच्या उदरी । बाळ जळांत वावरे ।।

उदराच्या सागरांत । राजहंस जसा कोणी,
सागराच्या उदरांत । शेषशाई चक्रपाणी ।।

काळ्या राती यमुनेला । महापुराचे की पाणी,
बाळ पुन्हा भेटे कधी? । यशोदेच्या डोळां पाणी ।।

पाण्यामध्ये उतरून । कृष्णे कालिया मारला,
त्याचे नाव घेता भावे । भव-सागर तारिला ।।

सैन्य-सागरांत उभा । झाला बाळ चक्रपाणी,
नाव तयाचेच घेता । तरले की दीनवाणी ।।

अभिमान

छोटी आमची अनामिका, वय वर्षं दहा,
आज शाळेला जायची तिची लगबग तरी पहा
नेहमीप्रमाणे स्नान करून लावली गंध टिकली
'कोणता फ्रॉक घालू?' कपाटापुढे उभी ठाकली,
'सगळेच फ्रॉक पसंतीचे आमच्या तिघांच्या
पण हा गुलाबी आवडीचा, खासच बाबांच्या!'
बूट-मोजे तयार! आज न्यायला नको दप्तर,
'पालक-दिन' ना आज! सगळे उत्सुक आणि तत्पर
'आपापले आई-बाबा घेऊन सगळे येतील,
आई गंऽऽ! तू येतेस ना? उशीर नको, हसतील'
अनामिकेनं आईकडे न्याहळून पाहिलं मात्र,
तिचा अवतार पाहून हिची थंडच झाली गात्रं!
'तसं नाही गं अनू... बाळ... अगं, तुझे बाबा...'
बोलता-बोलता हुंदक्यांवरचा आईचा सुटला ताबा
एकेक जण आपल्या-आपल्या बाबांना बोलावतील,
प्रेक्षकांतले त्यांचे बाबा व्यासपीठावर येतील...
एकेक विद्यार्थ्याचे आणि त्याच्या बाबांचे,
नाव पुकारताच व्यासपीठावर दोघे यायचे
अभिमानाने प्रत्येकाने ओळख करून दिली,
आता आमच्या अनामिकेवर तीच वेळ आली
धीरगंभीर अनामिका, मागे हात धरून,
व्यासपीठावर एकटीच आली, मान ताठ करून
बाळ, तुझे बाबा कुठेत? बोलले अध्यक्ष,
जो तो समोर पाहू लागला घालून नीट लक्ष
हे:! हे:! तिला बाबच नाहीत, ओरडला एक बालक,
मुलांसाठी द्यायला त्यांचा वेळ नसेल शिल्लक!
धीर गंभीर अनामिका मागे हात धरून,
व्यासपीठावर तशीच उभी किंचित स्मित करून

अतिशय मृदू पण ठाय लयीत बोल लागली बोलू,
बसल्या जागी एकेकाची हृदये लागली हलू
“माझे बाबा तेजस तारा! खासच आले असते,
पण हे जग अन् स्वर्ग यांतील अंतर कमी का असते?
आठवतोय ना कारगिलनामा? बाबा सैनिक एक,
त्यांच्या तुकडीचे ते नेता, हिकमत केली एक
उंच टेकडी, एका रात्री कावा गनिमी करून,
खालच्या गाफिल शत्रूवरती मारा नेम धरून
मोजके चार, जिवावर उदार, केली चतुराई,
झाली फत्ते, आले कामी, होऊ कसे उतराई?
क्षुद्र गौरवाची त्यांना अपेक्षाच नाही
मिटले डोळे तरी स्वर्गातून बघत आम्हा राही
माझ्या तर हृदयातच वसती, तुम्हा न का ते दिसती?
इतके बोलून अनामिकेची मिटती नेत्रपाती!
गंगा-यमुना झरल्या, मिटल्या नयनांतून अगणित
थेंबोथेंबी बाबांचीच की बिंबे ती पाहून,
आईसह सर्वांना झाले विश्वरूप दर्शन
धन्य हुतात्मा, त्याचे सर्वांच्या हृदयी स्पंदन

सुरेश नाईक

तुझ्या माउली, वंदितो मी स्मृतींना

उठूनी प्रभाती नमू देवताना,
तसे भूमिमाता पद स्पर्शताना ।
स्मरती कष्ट तुझे नि रूपेहि नाना,
तुझ्या माउली, वंदितो मी स्मृतींना ॥

दिला जन्म तू साहुनी यातनांना,
जपे दीप तू वादळी झुंजताना ।
ये मृत्यू समोरी आम्हा रक्षिताना,
तुझ्या माउली वंदितो मी स्मृतींना ॥

तुझा स्पर्श दे तीर्थता त्या जलांना,
तुझा शब्द दे अर्थ वेदां-ऋचांना ।
तुझा आदर्श हो लोका-जनांना,
तुझ्या माउली, वंदितो मी स्मृतींना ॥

देती भली बर्फी साई-बाबा हाती,
पुन्हा सांगती – खाई, खाई, आता ती ।
'नाम स्मरोनी, आनंदी राहा ना,'
तुझ्या माउली, वंदितो मी स्मृतींना ॥

निंदा-टीका स्पर्श जिव्हेस हो ना,
'मुखी नाम, करी काम' श्रद्धा मनाला ।
चित्ती तुझ्या भेद मुळी राहिला ना,
तुझ्या माउली, वंदितो मी स्मृतींना ॥

अवेळी अतिथी कितीदाही आले,
सुस्वागताने तया गौरविले ।
त्यांची ही झाली सती अन्नपूर्णा,
तुझ्या माउली, वंदितो मी स्मृतींना ॥

यश प्राप्त होण्यास सर्व जनांना,
उपदेशिले तू कथुनी कथांना ।
ये मंत्र-सामर्थ्य तव त्या वचांना,
तुझ्या माउली वंदितो मी स्मृतींना ॥

हृदी मानुनी तू गुरू देवतांना,
श्रेठत्व कर्मा, नको भावनांना ।
'हा देह सेवेस' हे साधताना,
तुझ्या माउली, वंदितो मी स्मृतींना ॥

तुझे बोल, ना तोल त्या अमृताला,
विष प्राशुनी देसी संजीवनीला ।
संस्कारिले बाळ-गोपाळकांना,
तुझ्या माउली, वंदितो मी स्मृतींना ॥

तुझ्या नातू-नाती, तशा आप्तजांना,
गुरे-वासरे, श्वान-प्राणी जनांना ।
तुवा मानिले – 'हे जणू देव नाना',
तुझ्या माउली वंदितो मी स्मृतींना ॥

प्रभो रे, अशा माउलीच्या पदांची,
पुन्हा नित्य व्हावी, पूजाच साची ।
वर देई ऐसा, पुन्हा लाभवावी,
नको मोक्ष जन्मांतरी ही मिळावी ॥

गुरुमाउली

तुझे नेत्र तीर्थक्षेत्र ।।
न्हाणिती जळी पवित्र ।।
तुझे केश हृषिकेश ।।
संसारी मुक्तपाश ।।
तुझे मन वृंदावन ।।
सर्वांगा करी पावन ।।
तुझे बाहू हेच देहू ।
प्रपंची मोक्ष पावू ।।
तुझ्या अधरी मथुरा ।
आळंदी तव उदरा ।।
कुशीत तुझिया काशी ।
पंढरपूर ते पाठीशी ।।
गया वसे तुझिया गाली ।
मानस ते तव भाळी ।।
करी महाबळेश्वर ।
पदी तुझ्या रामेश्वर ।।
सोनियाची ती द्वारका ।
तुझ्या मनाच्या द्वारी का ।।
जगापाठी भारतभर ।
तव तीर्थे सर्व दूर ।।

तव मन-रूप-गुणांचे आम्हा स्मरण सदा व्हावे ।
बाबाजी हो, सर्वांसाठी असेच की आशीष द्यावे ।।

मी अन् तू!

एकटाच भिरभिरतो वाळूच्या सागरी ।
रणरणते वाळू पदी भगभगते आग वरी ।।
कुठवर हे धावणे? नि जाण्याचे कोणीकडे?
अंत कधी वाळूचा? हिरवळ का येई ना?

दूर कुठे क्षितिजावरी देखूनी जलाशयास ।
धावलो बेभान होत 'जीवन' ही वेडी आस ।।
निकट परी जाता ती भासलीस मृगजळे ।
आशेची पुष्पकळी वणव्यानंच होरपळे ।।

ओष्ठ, कंठ कोरडे अश्रू बाष्पी आटले ।
जगण्याचे, त्राणही ते गात्री मम नच उरले ।।
क्षीण असा देह हा धरणीवर कोसळे ।
माझीया भवताली वाळूंचे सरण जळे ।।

कोसळलो धरतीवर होऊनी हताश मी ।
अकस्मात ठाकली सजल श्याम मेघिनी ।।
वर्षी थेंब प्रेमाचा जल बिंदू स्वातीचा ।
मोतीरूप तोच गे शिंपलीत हृदयाच्या ।।

धावणे किती युगे वडवानली अजून जरी?
उसळू दे ज्वालामुखी माझिया भवताली ।।
जाळू दे मन्मनास एकल्या, विखार ही ।
कोसळोत आपदा आव्हाने घेतली ।।

आठव तव येता तरी वणवा जरी भवताली ।
अंग-अंग शहारे जीव तृप्त होई शांत ।।

ती फुलेच मजसी वदली

एकांती होतो बसलो होऊन खिन्न,
पाहून जनरिती, मम हृदय जाहले भग्न !
इतक्यात सुगंधी हाका आल्या कानी,
ती फुलेच मजसी निश्चित वदली होती !

लववूनी आपुल्या कोमल-नाजुक माना,
हलवूनी हात पर्णांचे म्हणती – ये ना !
मुरडुनी पाकळ्या – ओठ ते खाली,
ही फुलेच मजसी निश्चित वदली होती !

फेर धरूनिया सारे जमले भोवती,
धरूनिया हात मज संगे घेऊनी जाती !
डोलती आनंदे सुरेल गाऊनी गाणी,
ही फुलेच मजसी निश्चित वदली होती !

का उदास तू? तुज पाहून आम्ही दु:खी,
हे मोती? दव-बिंदू? छे! ही ओघळती !
की तुझिच आसवे, अमुच्या गाली येती,
ही फुलेच मजसी निश्चित वदली होती !

ही दोन दिसांची इथली सारी दुनिया,
सच्चिदानंद तो खरा, बाकीची माया !
आनंदे गाऊ, स्वर्ग आणू या भोवती,
ही फुलेच मजसी निश्चित वदली होती !

जाताच निकट ती फुले मला सांगती,
हे निसर्गपुत्रा, तू अमुचा सांगाती !
दो दिवसांचा खेळ खेळुनी होऊ आनंदी,
ही फुलेच मजसी निश्चित वदली होती !

वाट

पांदीच्या वाटेवर वृक्ष एक झुकलेला,
अधिरपणे कोणाची वाट किती बघणारा,
पर्णा आड चक्रवाक आर्तपणे झुरणारा,
व्याकुळल्या सादाच्या प्रतिसादा आतुरला ॥१॥

फांदीवर नर्गिसचे पुष्प पूर्ण फुललेले,
येई कोण रसिक? कधी? शंकांनी व्याकुळले,
तरुतळी, देऊळात घेऊनिया वरमाला,
कन्या उभी केव्हाची शंकरास वरण्याला ॥२॥

वृक्षासी टेकुनी मी कैक युगे बसलेला,
नेत्री प्राण, एक आस, वाट तुझी बघणारा ॥३॥

मोनालिसाचे हास्य

अव्यक्त जे शब्दांतुनी,
डोळ्यांतुनी समजेल का?
बोलू न शकलो तुजला कधी,
कविता तुला सांगेल का?

प्रकटू न शकला वृक्ष जे,
कलिकेतुनी उमजेल का?
भावना मर्म बंधातली ही,
शब्दांविना उमजेल का?

मांगल्य हे जगण्यातले,
तुझ्याविना भावेल का?
सौंदर्य हे विश्वांतले,
तुझ्याविना भासेल का?

दूर अन् जाता परी मी,
काही तुझे हरवेल का?
मग सांग मजला, गे सखे,
हे मोनालिसाचे हास्य का?

तुझा लळा

लावला जरी न तू
लागला तुझा लळा,
मुकेपणीच सोसणे
असह्य अंतरी कळा ॥१॥

शिंपलेस ना जरी
रोपटे आले फुला,
काटेरी कुंपणातुनी
लाजुनी ते बघे तुला ॥२॥

पाहुनिया चंद्रमा
भरती येई सागरा,
न पाहता तुला तरी
भरून येई अंतरा ॥३॥

गाठ तुझी-माझी ही
स्वप्नांतच होत असे,
सत्यांतच दिसता तू
स्वप्न मला भासतसे ॥४॥

आठवते का तुला साजणी?

आठवते का तुला साजणी?
भेट प्रथम जी आपुली झाली?
नाही आठवलं? मी ही विसरलो,
अंधूक-अंधूक इतुके स्मरते,
चंद्र लाजरा माझ्यासोबत
गात शिळेवर गंधित गाणी ।।१।।

आठवते का तुला साजणी?
प्रथम हातांची झाली गुंफण?
नाही आठवत? मी ही विसरलो,
अंधूक-अंधूक इतुके स्मरते,
तटी सागरी, माडाखाली
तळहाताच्या रेषा, इथे मनाची झाली जुळणी ।।२।।

आठवते का तुला साजणी?
नाही आठवत? मी ही विसरलो,
प्रथम बिलगुनी कैसे बसलो,
अंधूक-अंधूक इतुके स्मरते,
या अवनीवर अवघे तू मी,
विश्व भोवती मुळीच नव्हते ।।३।।

आठवते का तुला साजणी?
प्रथम मिठीतच केव्हा विरलो?
नाही आठवत? मी ही विसरलो,
अंधूक-अंधूक इतुके स्मरते
असे करावे प्रेम साजणा
तिच्या प्रियाला वदे पक्षिणी ।।४।।

आठवते का तुला साजणी?
कधी काळी ती मने आपुली विभिन्न होती?
नाही आठवत? मी ही विसरलो,
अंधूक-अंधूक इतुके स्मरते,
शतजन्मीच्या आधी कधी ती भिन्न असावी,
आता झाले जीवन आपुले प्रेमकहाणी ॥५॥

आपुले घरटे !

असे असावे आपुले घरटे ।
बाग-बगिचा भवती असावा ॥
पसरूनी दोन्ही हात तयाने ।
स्वागत करण्या आतुर व्हावे ॥१॥

असे असावे घरटे आपुले ।
नकोत नुसत्या छप्पर भिंती ॥
अतिथीलाही असे भासू दे ।
स्वीकार माझा हृदय-मंदिरी ॥२॥

असे असावे आपुले घरटे ।
त्यात असावी चकोर-तलगे ॥
प्रीति-चंद्राचे किरण सेवुनी ।
विहरत त्यांनी गावे गाणे ॥३॥

असे असावे आपुले घरटे ।
खिडक्या उघड्या सदैव जेथे ॥
प्रकाश आणि विचार-वारे ।
सर्व दिशांनी यथेच्छ यावे ॥४॥

असे असावे आपुले घरटे ।
भेटीसाठी सदैव आसुस ॥
शब्दाविण पण सर्व कळावी ।
भाषा इथली, नेत्रांमधली ॥५॥

असे असावे आपुले घरटे ।
तया भेटण्या खास नभाने खाली यावे ॥
चंद्र-तारका उतरूनी खाली
त्याच्या भोवती फेर धरावे ॥६॥

असे असावे आपुले घरटे ।
इथे कन्हय्या गोकुळी यावा ॥
जाताना पण अलगद त्याने ।
ठेवूनी जावा आपुला पावा ॥७॥

असे असावे आपुले घरटे ।
दमून जाता करून कामे ॥
"घेतो क्षणभर इथे विसावा ।"
परमेशाने असे म्हणावे ॥८॥

सागर लाटा!

सागर लाटांनी खेळायचे । हसत-नाचत रमायचे
शर्यत साऱ्यांनी धावायचे । किनारी रिंगण घालायचे

गगनी सूरज येतो,
सागर खुलुनी जातो
रंगांच्या राज्यांत रंगायचे । किनाऱ्यावरी या लोळायचे,
उन्हात सोनेरी चमकायचे । नावांच्या संगती डोलायचे
सागर लाटांनी खेळायचे ।।१।।
भरतीस किनारी येती,
ओहोटीस रुसून जाती
तुषार-मोत्यांनी सजायचे । फेसाच्या फुलांनी फुलायचे,
तांडव नर्तनी गर्जायचे । खडकाशी चुबुक बोलायचे
सागर लाटांनी खेळायचे ।।२।।
तारका नभांत येती,
चंद्राशी फेर त्या घेती
लाटांनी खुशीत नाचायचे । धुंदीत गायन करायचे,
लाटांनी स्वप्नांस गुंगायचे । शिंपले मोती ते वेचायचे
सागर लाटांनी खेळायचे ।।३।।
रसिक दुरून येतो,
सागरी रमून जातो
लाटांनी स्वागत करायचे । फेर भोवती त्या धरायचे,
माडांनी डोलत हसायचे । लाटांनी लाजून चुरायचे
सागर लाटांनी खेळायचे ।।४।।
एक दिवस तो येतो,
प्रवासी निघून जातो
लाटांनी स्फुंदूनी रडायचे । सागरा खारट करायचे
जीवन असे हे असायचे । हसत-नाचत वसायचे
सागर लाटांनी खेळायचे ।।५।।

माझा तारा

मनात माझ्या शिरला वारा, शिडात आता भरला गं!
दूर राहिला पाश किनारा, अढळ सोबती तारा गं!
मेघा आडून लुकलुकणारा, शांत, अचल, हसणारा गं!
तुफान-मारा, खारा वारा, पण सोबती माझा न्यारा गं!

जरी सानुली तरी एकली, कितीतरी वैरी आले गं!
प्रचंड लाटा, वडवानल अन् हिमनग सारे ढाले गं!
अजस्त्र मासे, जलराक्षस ते ! ग्रास गिळाया टपले गं!
कंपित अंतर जरी जाहले, तरी, मार्गदर्शना तारा गं!

असा गाठला आता किनारा । प्रवास सारा सरला गं!
कधी हासते मीच मनाशी, सफर सागरी स्मरता गं!
होते व्याकूळ स्मरता तारा, अश्रू भिजविती गाला गं!
एकच त्याचा ध्यास लागता, मीच होतो तारा गं!

घरकुल

छोटेच विश्व आपुले, ही खाण गे सुखाची ॥ धृ ॥
राजा इथे जणू मी,
तू स्वामिनीच माझी,
सारी सुखे इथेची,
दु:खास वाव नाही,
दोन्ही मनेही आपुली, कशी एकरूप झाली ॥

छोटेच विश्व आपुले, ही खाण गे सुखाची ॥
शतजन्म शोधिले ते,
साकार येथ झाले,
क्षण दृष्टिभेट होता,
ये अर्थ जीवनाला,
हातास स्वर्ग आला, हो तृप्तता मनाची ॥

छोटेच विश्व आपुले, ही खाण गे सुखाची ॥
विश्वास ठेविला तू,
गेलो फुलून सारा,
जपले मला किती तू,
अन् माझ्याच अस्मितेला,
वर्षाव अमृताचा, सुख-साधना युगाची ॥

छोटेच विश्व आपुले, ही खाण गे सुखाची ॥
रागावलो कधी मी,
रुसलो तसा फुका ही,
मंद स्मितांत तुझिया,
गेले विरून सारे,
पाठी तुझ्या हाताने, लाभे क्षणांत शांती ॥

छोटेच विश्व आपुले, ही खाण गे सुखाची ।।
मागू कसा मी देवा,
स्वर्गात वास माझा,
जे-जे मनी स्मरावे,
साकार येथ होते,

लाभो सुखे सखीला, स्वप्नांत पाहिलेली ।।
छोटेच विश्व आपुले, ही खाण गे सुखाची ।।

संभाषण...

'खूप तुझ्याशी बोलायाचे'
मनात आलो ठरवून काही
समोर अन् तुला पाहता
हरवून गेले सारे काही ॥

एक अवंढा गिळून मीही
उफाळलेला मनी हुंदका
दाबून टाकीत वदलो काही...
'...तू कशी?' अन् मी ठीक, ही ॥

वरवरचे पण फुका बोलता
फितुरी केली मम डोळ्यांनी
लपविले जे मनात काही
केली चुगली ह्या अश्रूंनी ॥

असह्य झाली स्थिती तेधवा
उदास आणि केविलवाणी
तुला अन् मला कळले सारे
उत्तरी, तुझिया डोळा पाणी ॥

कळले तुला-मला ते

कळले मला न काही
न कळे तुला कधीही
डोळ्यांतुनी कधी या
हृदयांत बैसलो ते ॥

कधी गुंतली मने ही
कशी एकरूप झाली
शिव-जीव या द्वयाचे
अद्वैत येथ झाले ॥

शत जन्म शोधले ते
साकार येथ झाले,
क्षण दृष्टिभेट होता
सारे कळून आले ॥

हो दोन ओंडक्यांची
कशी सागरात भेट
विलगू कधी न शकती
तुफान आणि लाट ॥

फुत्कार दुर्जनांचे
विषडंख कालियाचे
सारे विरून गेले
एका तुझ्या स्मिताने ॥

पडता मिठी करांची
सुख स्वर्ग ये कवेत
तो इंद्र स्वर्गलोकी
हेवा करी फुकाच ॥

जाऊ असा कुठे मी
वद, सोडुनी तुला गे
तू मी न भिन्न आता
मग एकरूप होता ॥

तया विश्वंभरा, आता पहावे

तुला पाहिले अन् उमलले,
भाव हृद-पुष्पांतले,
तुला पाहिले अन् उमजले,
काव्य हे मौनातले

तुला पाहिले अन् भासले,
सौंदर्य सारे हसले,
तुला पाहिले अन् थांबले,
शब्द ओठी लाजले

तुला पाहिले अन् दरवळले,
गंध ते मरव्यातले,
तुला पाहिले अन् गुंफले,
फूल अबोली सानुले

तुला पाहिले अन् दिसले,
जग हे सुंदर आहे त्याहून,
तुला पाहिले अन् कळले,
भाग्यही थोरच आहे त्याहून

तुला पाहिले अन् कळले,
सार्थक हे जगण्यातले,
तुज पाहिले अन् जाणवले,
सामर्थ्य या विश्वातले

तुज-विश्व दोघा पाहता,
हे सर्व ज्याने दाविले,
मजला तया विश्वंभरा,
आता पाहावे, आता पाहावे

मी आणि मृत्यू

मृत्यू माझा मित्र, आम्ही खूप खेळत असतो,
युगे गेली, जन्म गेले, अजून काही दमलो नसतो!

आट्यापाट्या, हुतुतूऽ कधी, खो-खो, चेंडू-फळी,
लपंडाव, कधी शिवाशिवी, मी चोर, तो शिपाई !

डोळे, कान, केस, दात, सारे भिडू झाले बाद,
अस्मितेशी जोडी माझी, अजून घेत असते धाव!

तो अपघाताचा गुगली टाकतो,
अपमृत्यूचा बाउंसर सीमापार करतो,
त्यांना मारतो चौकार कधी सिक्सर!

लपंडाव आमचा नेहमीचाच, खूप आवडता खेळ,
शोधेतोवर दोन्ही लोकी इहलोकी मी काढतो वेळ!

हळूच त्याचा डोळा चुकवून इथे कसा मी पळून येतो,
त्याला वाटते तो जिंकतो, मी चतुर हसत असतो!

हौस माझी खेळाची, मी पुरी भागवित असतो,
माझ्यासारखे त्याचे नाही,
बाद झाल्यावर तो खेळत नाही,
म्हणूनच निर्वाणाच्या भोज्याला,
मी अजून शिवत नाही!

स्वर्गातुनी जगी या पारिजात येई

स्वर्गातुनी जगी या, हा पारिजात येई
मातीस गंध येण्या मिसळून तीत जाई ॥

देतो सुवास सारा हटण्या प्रदूषणाला
सर्वस्व वेचिते तो येण्या प्रसन्नतेला ॥

ना रूप, फक्त गंध, तधि होत की उपेक्षा
सौंदर्य मंगलाची, ह्या केवला अपेक्षा ॥

ताजेच राहण्याला, जलथेंब या न ठावे
'आयुष्य एक देणे?' घेणे कसे रुचावे?

रे मूढ मानवा, तू समजून यास घेई
स्वार्थांध नको लोभ, घाई नसो कुठेही ॥

माझाच स्पर्श काय कोमेजवील याला?
माझेच हुंगणे की विष होय जणू ज्वाला?

चट्‌चट्‌ अशीच पुष्पे ही वेच, भरून परडी
देवा लगेच वाही, पुण्यास खास जोडी ॥

आपण नसायचं नसतं, इतकंच असायचं असतं?

कान रुसले, आता ऐकण्यासाठी तरी काय असतं?
कानावर पडलेलं ते न ऐकल्यासारखं करणं असतं,
डोळे अधू झाल्याचं सांगून कानाडोळा करणं असतं,
दृष्टिआड सृष्टी! अन् आता उरांत काही शोधणं असतं ।।१।।

पहिल्या अंकात राजा होतो, हे लक्षात ठेवणं नसतं,
शेवटच्या अंकात गुलाम, हुजऱ्या आता हे विसरणं नसतं,
सांगण्यासारखं खूप असतं, पण ऐकण्यासाठी कोणी नसतं,
आपले हात देण्यासाठी, घेण्यासाठी काही नसतं ।।२।।

गळ्यात गीत उमटत असतं, पण त्याचं गायन करणं नसतं,
दंतहीन तोंडातून शीळ घालणं शोभत नसतं,
अर्थाचा अनर्थ होतो, विपरीत सारं घडतं असतं,
'जनरेशनची गॅप,' म्हणून समजूत आपलीच घालणं असतं ।।३।।

आता हे रिकामटेकडेच! म्हणून कामं खूप दिली जातात,
सभोवती तर नुसत्या सावल्या! प्रतिसादाला कोणीच नसतं,
भूत-भविष्य पुसून गेले, वर्तमानात मन रमत नसतं,
डोळ्यांतल्या अश्रूंना पापण्यांआड करणं असतं ।।४।।

वाट सरत आली, अजून चालणं तर थांबलं नसतं,
अवचित जर तेही थांबलं, तर पुढे काय? माहीत नसतं,
पाप-पुण्य, देव-दानव, खरं-खोटं, कळत नसतं,
खूपच झाल्या चुका-पापे, पण आता सुधारणं शक्य नसतं ।।५।।

पिंजऱ्यातल्या सिंहाने आता बे-बे करणं असतं,
भागाबाईची घागर घेऊन लाचार सलाम करणं असतं,
गारुड्याच्या पुंगीपुढे मान डोलवित राहायचं असतं,
स्वाभिमान सारा विसरून, कर्मगती म्हणायचं असतं ।।६।।

'हिंमत धर!' सांगायला बापाखेरीज कोण असतं?
दुखलं-खुपलं, अश्रू-भूक आईखेरीज कळत नसतं,
माता-पिता, गुरू विना, सारं जीवन नीरस असतं,
आत्म्याखेरीज कुडीचं, कसं काय बरं जगणं असतं ।।७।।

''आबाऽ! इतकं रुसणं? अन् कोपऱ्यात जाऊन बसणं असतं?
तुम्हाला जर वाईट वाटलं तर रडू आम्हाला येत असतं,
एकच मागणं तुमच्यापाशी, आणखी काही सांगणं नसतं,
म्हणा – 'मी आहे तस्साच राहणार!'
आम्हाला तसंच हवं असतं ।।८।।

तुम्ही आम्हाला शिकवलेलं सारं काही आम्ही विसरलेलं नसतं,
जीवनाचं रहाट गाडगं चाकासारखं फिरत असतं,
म्हातारपण आमचं आम्ही, तुमच्यामध्ये शोधणं असतं,
आमच्यात तुमचं बालपण! मग नसणं कसं शक्य असतं ।।९।।

मी तयांचे ऐकले नाही

मी मुळीच तयांचे कधीही ऐकले नाही ॥ धृ ॥

कुणी म्हणती – 'हा तर सांब सदाशिव भोळा'
तर इतर कुणी – 'हा आतून सारा काळा'
कुणी उपदेशिती – 'तू वाग असे, वा तसे काहीसे वाही'
मी मुळीच तयांचे कधीही ऐकले नाही ॥

कुणी म्हणती – 'यास व्यवहारी चतुराई नाही'
तर इतर वदती – 'हा लुच्चा! स्वार्थी! लफंगी!'
'हे असे वागणे!' या लोटील भयाण खाई,
मी मुळीच तयांचे कधीही ऐकले नाही ॥

बोलले सोबती – 'सांभाळ वरिष्ठ मर्जी'
जर मिळवायची असेल वरची खुर्ची
ऐक अमुचे – 'बूट चाटुनी राही!'
मी मुळीच तयांचे कधीही ऐकले नाही ॥

कुणी बोलती – हा तर किडा पुस्तकामधला,
संसार त्यामुळे असाच वाया गेला
जिव्हेवर साखर, खोटे हसुनी पाही
मी मुळीच तयांचे कधीही ऐकले नाही ॥

वाटले, चुकले! हा जन्मच गेला वाया
बैसलो नदी-तटी, रक्षा फासून अंगा
आले धावुनी सारे, पडले माझ्या पाया,
'उपदेश करा' म्हणती – स्वाधीन तुमच्या काया ॥

राग

असाच यावा राग तुला की,
त्या रागालाही 'थाट' असावा ।
रागाचे त्या होता गायन,
रागाचा अनुरागच व्हावा ॥१॥

असाच यावा राग तुला की,
एकटे परि त्याने नसावे ।
रागासंगे सादर 'रागिणी',
नादब्रह्म त्यांनी निर्मावे ॥२॥

असाच यावा राग तुला की,
रागातिला त्या 'चीज' खुलावी ।
रसिक कोणी येता दारी,
रागदारीने स्वागत व्हावे ॥३॥

आमचे घर

झाली कृपा प्रभूची
माता तसे पित्याची
आशीर्वदे ही सारी
येथे फळास आली ॥१॥

प्रासाद हा सुखाचा
ये शांतता घराला
या बालका रूपाने
चिमणाच कृष्ण आला ॥२॥

शब्दांविनाच येथे
डोळ्यांतुनीच कळते
हे बोल बोबडे ते
हो वेदवाणी येथे ॥३॥

स्वप्ने फुलुनी आली
त्याचीच बाग झाली
हे सौख्य येथ बघण्या
तो स्वर्ग येई खाली ॥४॥

निःश्वास येथ अमुचे
मिसळोनी गीत झाले
स्वर धुंद ताल त्याला
सारे सुगंध आले ॥५॥

ही एक प्रार्थना बा
देवा फळास यावी
सारे सुखी राहावे
त्या शांतता मिळावी ॥६॥

यासुखांनो

सुरेश वसंत नाईक

मानवी जीवनातील राग, लोभ, सुख-दुःख, द्वेष-मस्तर, निंदा-स्तुती, विकृती-सुकृती, बुद्धीचे स्थान, सौंदर्याचे मर्म, यशस्वी जीवनाची दिशा इत्यादी मूलभूत वृत्ती-प्रवृत्तींवर प्रकाश टाकणारे शैलीदार असे हे ललित लेख आहेत. ते अतिशय शहाण्या शैलीत, दृष्टांत-उपमादी अलंकारांच्या, घटना-प्रसंगांच्या माध्यमातून आविष्कृत केलेले आहेत.

लेखकाचे एक प्रौढ, संतुलित, संवेदनशील, सर्वांगानी जीवनाचे मर्म शोधणारे चिरतरुण मन आणि आकर्षक, मोहक व्यक्तिमत्त्व या लेखांतून व्यक्त होते. अतिशय छोटेखानी स्वरूपाचे हे लेख मनाचा ठाव घेणारे, त्याला गुंगवून टाकणारे, पदोपदी वाचकाला विचारप्रवृत्त करणारे आहेत.

पहिल्याच पुस्तकाचे त्यांचे हे यश विलक्षण वेधक ठरावे, अशा योग्यतेचे आहे.

– आनंद यादव

मेहता पब्लिशिंग हाऊसद्वारा प्रकाशित
'करार एका ताऱ्याशी' पुस्तकातील काही भाग...

करार एका ताऱ्याशी

आकाशातील चिरंतन ज्योतींची उज्ज्वल गाथा

कुसुमाग्रज

संपादन
वसंत सं. पाटील

अगतिक

मी जाणतो,
निर्मितीच्या उषःकाली
अगणित नक्षत्रांनी ग़जबजलेले
हे विश्व
एखाद्या विराट सहस्रदली
कमलपुष्पासारखे
रूपरंगाचे संगीत शोधत
जेव्हा अभावातून वरती आले,
तेव्हाच
त्याच्याबरोबर उगवला
अजिंक्य कायद्याचा
एक प्रचंड देठही,
न तुटणारा,
न पालटणारा;
या कायद्याच्या सार्वभौम सत्तेत
आकाशगंगेतील असंख्य सूर्यांबरोबर
आम्हीही फिरतो आहोत
एका अपरिहार्य, निर्दय
अगतिक गतीने;
या गतीलाच
आम्ही नाव दिले नियती
आणि त्या कायद्याच्या भोवती उभारले
एक संगमरवरी देवालय,
पण अखेरतः
हे आवश्यकच आहे.

हरवणं

हे हरवणं
आता चालूच राहणार आहे.
नक्षत्रांकित
        आकाशातून
पृथ्वीच्या
        नकाशातून
स्मितांच्या
        ताटव्यांतून
स्पर्शांच्या
        मैफलींतून
कोणाच्या
        दिठीतून
कोणाच्या मिठीतून
हे हरवणं
आता चालूच राहणार आहे.
गीतांच्या
        चंद्रशालांतून
मतांच्या
        कोलाहलातून
प्रेमाच्या
        अमृताशय पाशांतून
द्वेषाच्या
        सर्पाकार रोषातून
पापणीत साकळलेल्या
        एखाद्या थेंबातून
आणि कोट्यवधी सूर्यमाला
        अंतरंगात साठवणाऱ्या
आकाशगंगेतूनही

हे हरवणं
आता चालूच राहणार आहे.

हे हरवणं
तसं लहानसंच,
महासागरातल्या जलकणासारखं,
        आणि तरीही
ते व्यापून टाकणार आहे
        अशेष विश्वाला;
        कारण हे थेंबाचं हरवणं
        कदाचित् हरवणं असेल
साऱ्या महासागराचंही.

इशारा

सावध असा–
सूर्य मावळला आहे
रात्र काजळली नाही,
आणि
सांध्यधूलीतून
साकारलेला
गगनभेदी नरसिंह
आपला खांब शोधीत
पृथ्वीवर फिरतो आहे
निःशब्द पावलांनी.
कदाचित हाच तो खांब असेल,
ज्याच्यावर तुमचे सुसंस्कृत पाय
प्रहार करीत आहेत.